D9900497

Intabaza

Dr.Theogene Rudasingwa

Urwibutso rwa Koloneli Patrick Karegeya, intwali yaguye k'urugamba, yishwe na
Perezida Paul Kagame

ISBN-13:978-1500346324

ISBN-10:1500346322

CreateSpace Independent Publishing Platform

North Charleston, South Carolina

TABLE OF CONTENTS

Koko, iri Tegeko ngushyikirije uyu munsi nta bwo ari akadashoboka kuri wowe, nta n'ubwo riri kure aho udashyikira. Nta bwo riri ku ijuru, ngo ube wakwibaza uti, "Ni nde uzatuzamukira ku ijuru ngo aritumanurireyo, amaze aritubwire, turikurikize?" Nta n'ubwo riri hakurya y'inyanja, ngo ube wakwibaza uti, "Ni nde uzatwambukira inyanja ngo arituzanire, maze aritubwire, kugira ngo turikurikize?" Koko rero iryo jambo rikuri bugufi cyane, riri mu kanwa kawe no mu mutima wawe, kugira ngo urikurikize.

Ivugururamategeko 30:11-14

1

DISIKURU YA BWANA
DOGITERI TEWOJENI RUDASINGWA
YAVUGIYE MU BIGANIRO BYABEREYE MU NGORO YA LUXEMBOURG
I PARISI MU BUFARANSA
KUWA 01 MATA 2014

AMAHANO YAGWIRIYE U RWANDA: UKURI KW'ABABIHAGAZEHO

Kugundira no kwikubira ubutegetsi: Irangira ry'amacenga n'amayeri bya Perezida Pawulo Kagame na FPR Inkotanyi.

Murakoze Nyakubahwa Perezida kuba mwarantumiye ngo mfate ijambo muri ibi biganiro.

Ndashimira abateguye ibi biganiro ubwuzu n'urugwiro batwakiranye.

Ndagirango kandi mfate umwanya wo gushimira abanyacyubahiro batugejejeho ibiganiro n'ababijemo bahuriye hano ngo basangire ibitekerezo ku kibazo kigezweho kandi gikomeye: Amahano yagwiriye u Rwanda n'ukuri, nk'uko byavuzwe n'abahagazeho

Mu gihe dutangiye kuganira turibukana umubabaro ibyabaye muri aya matariki. Kuri twe Abanyarwanda, Mata ni ukwezi gukomeye. Turifuza kukwibuka buri gihe no kukwibagirwa kuko umubabaro kutwibutsa uturemereye.

Hashize imyaka makumyabiriri twibuka ibyago ndengakamere ubwo abanyarwanda bicaga abandi abanyarwanda.

Ndifuza ko twafata umunota umwe ducecetse tukibuka inzirakarengane zaguye muri jenoside n'abandi bishwe muri 1994.

Nk'uko mubizi, u Rwanda ni igihugu kiriho kuva cyera mu binyejana byinshi, ruzwi cyane kubera ubwoko bubiri, abahutu n'abatutsi. Hari n'ubwa gatatu, abatwa, abantu benshi bibagirwa baba abanyarwanda cyangwa se abanyamahanga kuko bo batagaragaye mu byago by'u Rwanda mu myaka ishize.

Kugirango wumve neza uko Paul Kagame n'ishyaka riri ku butegetsi FPR inkotanyi bategekana igitugu, ndagirango mbanyuriremo mu magambo avunaguye ibice bitatu by'ingenzi byaranze amateka y'u Rwanda mu myaka 100 ishize. Buri gice gifite urubuto cyabibye rwagize ingaruka mu ruhererekane rw'amateka akurikira:

- Ingoma y'Ubwami mu gihe cy'ubukoroni bw'abadage mu mpera z'ikinyejana cya 19, bagasimburwa n'ubukoroni bw'ababirigi kugeza muri 1962;
- u Rwanda rubaye republika nyuma ya revolusiyo ya 1959 (Hutu);
- Iterwa ry'u Rwanda na FPR inkotanyi (Tutsi) kuva 1990 kugeza bafata ubutegetsi muri 1994.

Ibihe bya mbere ya 1959, habaye imyivumbagatanyo y'abaturage b'abahutu bahejwe ku butegetsi, barangajwe imbere n'abahutu bize berekana ko ubutegetsi bwa cyami bubakandamiza. Havutse, republika y'U Rwanda isimbura ubukoroni bw'ababirigi mu mvururu. N'ubwo habonetse izamuka rusange mu by'imibereho myiza y'abaturage, ubukungu na Politiki, ubwoko bw'abahutu bwari bwarakandamijwe mbere ya revolusiyo ya 1959, bwaje nabwo gukandamiza ubwoko bw'abatutsi.

Abatutsi benshi barishwe, abandi ibihumbi n'ibihumbagiza bafata inzira y'ubuhungiro. Revolusiyo yabyaye impunzi z'abatutsi uko habagaho ibitero by'inyenzi byarangiye muri za 1960.

Igihe gito cyaranzwe n'amashyaka menshi cyahagaze huti huti, urwinyagamburiro rwa politiki rurafungwa igihugu gisigara kiyobowe n'ishyaka rimwe, ariryo MDR PARMEHUTU. Ubutegetsi bujya mu biganza by'umuntu umwe ariwe perezida Gerigori KAYIBANDA, nawe mu gihe gito yacungiraga ubutegetsi ku bahutu bo muri perefegitura akomokamo, Gitarama, mu majyepfo y'u Rwanda.

Muri 1973, habaye guhinduranya ubutegetsi mu mbere, maze hajyaho generali Yuvenali Habyarimana, umuhutu wo mu majyaruguru nawe waje gushyiraho ishyaka rye rukumbi MRND.

Ubutegetsi bwakomeje kuba ubw'abahutu, bugenda urusorongo bugana amajya ruguru. U Rwanda rwakomeje kuba igihugu kigendera ku ishyaka rimwe. Nk'uko byari bimeze ku ngoma ya cyami ya mbere ya 1959 n'iya Kayibanda kugeza muri 1973, byaragaragaraga ko ubutegetsi buri mu biganza bya Perezida Habyarimana.

Abatutsi bagumye mu buhungiro, abari mu gihugu nta gaciro bafite. Mu mpera ya za 1980 mu ntangiriro ya za 1990, ubutegetsi bwa perezida Habyarimana bwatangiye kugaragaza intege nke; butangira gukorwa mu nkokora n'amashyaka yo mu gihugu ataravuga rumwe nawe (ahanini yari agizwe n'abahutu bo mu majyepfo) n'itera ry'impunzi z'abatutsi (FPR inkotanyi) baturutse mu Bugande.

Kubera igitutu cya politiki, ubukungu, igisirikare n'amahanga, Perezida Habyarimana yemeye atabishaka kujya mu mishyikirano y'amahoro ya Arusha na FPR Inkotanyi. Imishyikirano y'amahoro yari igamije kuzana imibonere ya demokarasi na Leta igendera ku mategeko, isaranganya ry'ubutegetsi hagati ya MRND na FPR inkotany n'andi mashyaka ataravugaga rumwe na leta, gushyiraho inzego nshya z'umutekano (igisirikare na jandarumori) n'itahuka ry'impunzi zo muw'1959.

Mu gihe gito, abanyarwanda bibeshye amazu ko noneho amahoro, ubwiyunge, demokarasi n'igihugu kigendera ku mategeko bigiye kuza mu Rwanda.

Hanyuma generali Kagame akubita agashoka, ubwo yatangaga itegeko ko bahanura indege yari itwaye Perezida Habyarimana na mugenzi we Perezida Spiriyani Ntaryamira w'u Burundi.

Abari bari muri iyo ndege bose, barimo abaturage b'u Bufaransa, bose barapfuye. Iryo yica ryabaye imbarutso ya Jenoside n'ubundi bwicanyi. Nk'uko tubizi, FPR Inkotanyi yafashe ubutegetsi muri Nyakanga 1994 itsinze intambara ikanahagarika amasezerano ya Arusha.

Mu gihe u Rwanda rwibuka imyaka 20 y'ubutegetsi bw'igitugu bwa perezida Pawulo Kagame, ni ngombwa ko twerekana ibirango by'ingenzi by'amayeri n'amacenga we na FPR inkotanyi bakoresha kugira ngo biharire ubutegetsi mu bugome.

Icya mbere: Kubera ko ubutegetsi bwafashwe hakoreshejwe inzira y'intambara na banyamuke, byabaye ngombwa ko hashakishwa uburyo hahimbwa inkuru, umurongo w'amateka utangirira kuri jenoside, ugakomereza kuri jenoside, ugaha n'icyerekezo ubutegetsi mu gihe kizaza.

Iyo nkuru rero ni iy'uko abahezanguni b'abahutu bahanuye indege ya Perezida Habyarimana kugirango babone uko batangira jenoside. Ubukoroni bw'ababirigi akaba aribwo bwahembereye ingengabitekerezo yo kugabanya abanyarwanda mo amoko n'ingenga bitekerezo ya jenoside. Abafaransa bafashije abahutu gukora jenoside, umuryango mpuzamahanga wanze gutabara u Rwanda. Ukuzamuka k'u Rwanda kurenze kamere, abanyarwanda babikesha FPR inkotanyi n'intashyikirwa, perezida Pawulo Kagame. Ubutegetsi bwa FPR inkotanyi bwageze n'aho bubuza igifaransa nk'ururimi rwo kwigishamo no gukoresha mu butegetsi mu Rwanda mu gukomeza iyo nkuru mpimbano.

Buri hinduka rigira inkuru irivuga n'intumwa zaryo. Kandi hagomba n'inshuti zo kurishyigikira no kuribungabunga, kandi rigira n'abanzi baryo rigomba kurwanya. Mu ntangiriro abafaransa n'abahutu nibo bari abanzi bonyine.

Leta zunze ubumwe za Amerika n'Ubwongereza bagaragaye nk'inshuti nshya, naho Tony Blairna Perezida Clinton bahindutse abavugabutumwa b'iyo vangjili nshya.Umuntu wese utemeranya n'iyo nkuru mpimbano bamufata nk'ufobya iyo nkuru ushaka gutanya abantu akaba n'umujenosideri. Urupfu, ifungwa no guhunga cyangwa se kuruca ukarumira nibyo bikamirwa abashaka kuvuga ukuri.

Icya kabiri; Kuva FPR inkotanyi na Kagame bagera ku butegetsi muw'1994 hakoreshejwe ihohoterwa riteguye n'intambara nk'ibikoresho bya politiki y'imbere mu gihugu cyangwa hanze y'u Rwanda: Ihanurwa ry'indege ya Perezida Habyarimana yabaye intandaro ya jenoside, iyicwa ry'abepiskopi n'abihaye Imana (1994), iyicwa ry'abaturage mu gihugu cyose ryakozwe na FPR inkotanyi (1994) bivugwa mu cyegeranyo cya ROBERT GERSONY, iyicwa ry'i KIBEHO (1995), ibyaha by'intambara, ibyaha byibasiye inyoko muntu ndetse n'ibishobora kuzaba ibyaha bya jenoside yakorewe abahutu byakozweho ubushakahsatsi na RAPPORT MAPPING y'umuryango w'abibumbye yo muri 2010, iyicwa ry'abatavuga rumwe mu bya politiki mu Rwanda no mu mahanga. Ibyo ni bimwe umuntu yavuga.

Muw'1994, hishwe Perezida w'u Burundi Spiriyani Ntaryamira.

Muri 2001 hicwa Perezida wa Republika iharanira Demokarasi ya Kongo, Lawurenti Kabila, icyo gihugu cyari kimaze kuvogerwa inshuro ebyiri, banagumyeyo mu mitwe yitwaje intwaro rwihishwa nka M23. Hafi miriyoni 6 z'abanyekongo bazize impamvu za politiki n'ibikorwa bya Kagame muri Republika iharanira Demokarasi ya Kongo.

Ingabo za Kagame zarwanye n'ingabo z'u Bugande muri K ongo muw'2000. Yikomye Tanzaniya, ubu ageze kuri Afurika y'epfo. Yarwanye na Zimbabwe, Angola na Namibiya muri Kongo.

Icya gatatu: Mu nzego za gisirikare n'iz'umutekano, yashyizeho umutwe w'ingabo mu zindi (ingabo zishinzwe kurinda abatagetsi n'ingabo zidasanzwe), inzego z'iperereza zigongana n'izindi nzego z'iperereza zitagira aho zibarizwa zibuza inzego zemewe gukora neza uko byakagombye.

Igisirikare nirwo ruti rw'umugongo rwa guverinoma y'u Rwanda. Perezida Kagame akora inama agafata ibyemezo by'ingenzi afatanije n'abo basirikare bo hejuru mbere y'uko abirebera hamwe n'abategetsi ba gisivili. Abayobozi bamwe bakuru b'ingabo b'indobanure nibo guverinoma, abasivili bari muri guvernoma ni abagererwa b'Ingabo. Ingabo z'u Rwanda, ubirebye neza ntabwo ari ingabo z'igihugu. Ntibagomba kumvira Leta, cyangwa abaturage, ahubwo ishyaka rya politiki FPR Inkotanyi n'uritegeka, perezida Pawulo Kagame. Ntibitangaje iyo yita Ingabo z'igihugu, "Ingabo zanjye", abakuru b'ingabo "Abakuru b'ingabo banjye".

Ingabo z'u Rwanda zinyanyagiye mu gihugu cyose, abayobozi bazo bakwiye ku isi hose muri za ambasade nk'intasi zikoze amashami ku isi hose. Bakora imirimo ya politiki mu izina rya FPR inkotanyi . Abasirikare nibo bashinzwe kwinjiza amatwara y'ishyaka FPR inkotanyi. Nibo binginga cyangwa bahatira abantu kwinjira no gukorera FPR inkotanyi.

Abasirikare bakuru nibo bashinzwe gucunga abakozi bo mubutegetsi bwa Leta bashyizweho na FPR.

Abasirikari nibo bashinzwe kwiba amajwi mu matora bayibira FPR, ni nabo kandi bashinzwe kumenya abatavuga rumwe na FPR bakabaronda, bakicwa.

Abo basirikare b'u Rwanda hafi 100% ni abatutsi!

Icya kane: Muri FPR, ikigamijwe ni ukwikiza abanzi bayo cyangwa abo bakeka kubabo, no guhindura ishyaka umuyoboro wo kubahiriza ugushaka kwa perezida Kagame gusa. Ishyaka FPR niryo mu byukuri ryonyine rifite uburenganzira bwo gukora politiki mu Rwanda. Ni naryo rituma Perezida Kagame acunga umunsi ku wundi buri kantu kose ko mu gihugu. Ricunga igihugu rikoresheje abakozi rishyira mu myanya mu nzego zose za Leta. Abayoboke baryo nibo bagize igice kinini cy'abakozi ba Leta.

Ishyaka rigenzura bidasubirwaho abakozi bo butegetsi bwite bwa Leta ribategeka kurirahirira, ibyo kikaba ubundi binyuranyije n'amategeko kuko umukozi wa Leta agomba kwigenga.

Ubunyamabanga bwa FPR bukora nka ministeri y'Intebe itazwi. Umunyamabanga mukuru wa FPR niwe ushyiraho abayobozi ba gisivili, abaminisitiri, abacamanza n'abashingamategeko; atanga imirongo ngenderwaho bivuye kuri Perezida Kagame atagombye kubagisha inama. Niwe ushinzwe kuganira no kwemeza politiki z'amajyambere, harimo n'ibyifuzo bya politiki n'ibyemezo byo mu rwego rwo hejuru byakagombye kwigwa mu rwego rw'abashingamategeko, niwe ufata ibyemezo byo guhana abategetsi ba gisivili bo muri FPR, harimo abaministri, abacamanza, abashingametegeko, nyamara bakagombye kwigenga hakurikijwe amategeko. Ishyaka rimeze nka guverinoma ikorera mu yindi.

Icya gatanu: Inzego zizwi z'ubutegetsi (Inteko ishingamategeko, ubucamanza n'ubutegetsi nyubahirizategeko) ziri hasi cyane mu rwego rw'ubutegetsi bwite bwa Leta y' u Rwanda. Abahutu bafashwe neza na Leta bari muri guverinoma igaragara. Ariko abakozi ba Leta bashinzwe gusa gushyira mu bikorwa politiki ya FPR, nta jambo na rimwe bafite, kereka iyo bagize amahirwe yo kuba bishyikira ku bategetsi ba FPR, ku bo mu gisirikare, kuri Perezida Kagame cyangwa k'umufasha we.

Mu by'ukuri FPR Inkotanyi ikora uko ishoboye kose kugirango imirimo y'ingenzi ya guverinoma ishingwe abatutsi bafitiwe icyizere gikomeye.

Inzego zikomeye mu kuba inkingi z'ubutegetsi bwa Perezida Kagame zose ziri mu maboko y'abatutsi (Banki nkuru y'igihugu, ministeri y'Imari, ministeri y'ubuzima, ikigo cy'igihugu cy'imisoro n'amahoro, Minisiteri y'ubucamanza, Minisiteri y'ububanyi n'amahanga).

Icya gatandatu: Ku birebana n'amashyaka ya politiki, hagamijwe kuyacengera, gutanga ruswa, kuyasebya no kuyasenya. Kuva habaho igihe gito cyo gukorana n'andi mashyaka ya politiki muri 1995, FPR ya Perezida Kagame yafunze urubuga rwa politiki ku yandi mashyaka. Amashyaka yonyine yemerewe gukorera mu Rwanda byemewe n'amategeko ni ayemeye kugendera mu kwaha kwa FPR.

Abakuriye ayo mashyaka atavuga rumwe na FPR Inkotanyi yagaragaje ko nayo yifuza kugira ijambo mu bwisanzure barafunzwe (Nyakubahwa perezida Pasiteri Bizimungu, Karoli Ntakirutinka, Victoire Ingabire, Bernard Ntaganda, Deo Mushayidi n'abandi) barishwe, cyangwa se bafashe inzira y'ubuhungiro.

Icya karindwi: Ibindi biranga ubutegetsi bwa FPR ni ugufunga urubuga rw'itangazamakuru ryigenga kimwe no kwibasira icyerekeye ubwisanzure mu gutanga ibitekerezo cyose. Abanyamakuru, abaharanira uburenganzira bwa muntu n'abahagarariye imiryango itegamiye kuri Leta barafungwa bakanicwa haba mu gihugu cyangwa hanze y'u Rwanda. Ibinyamakuru byigenga birabujijwe.

Icya munani: Mu mibanire n'amahanga, igikoreshwa ni ukubeshya no gukanga. Perezida Kagame na FPR Inkotanyi bakoresha abanyamahanga (n'abanyarwanda bake) bashinzwe gucuruza ishusho n'inkuru ya Perezida Kagame ko ariwe ntwari ntashyikirwa n'umukiza w'u Rwanda.

Kubera ko u Rwanda rutunzwe ahanini n'imfashanyo z'amahanga, kandi kugira ngo iyo mfashanyo ikomeze yisuke, rukaba rukenewe gukomeza kuvugwa nk'igihugu cy'Afurika kigiye kuzamera nka SINGAPORE, abo bantu bagurisha isura yarwo bakomeje gukenerwa cyane. Bagomba gukomeza kubishyira mu mitwe y'abanyaburayi. Binyujijwe mu kintu cyitwa « Inama ngishwanama ya perezida » (PAC), u Rwanda rukomeza kubeshya amahanga rugaragaza uruhande rwiza, cyane cyane aho bikenewe muri Leta Zunze ubumwe za Amerika no mu Bwongereza.

Hakoreshejwe iryo curuza binyoma, itunganya bwibone no kugera ku binyamakuru bikomeye, abo bafasha bagereza gutunganya isura nziza ya perezida Pawulo Kagame mu mahanga bakanamukingira ikibaba kubyo yaryozwa byose birebana n'ibyaha akora mu Rwanda muri Kongo n'ahandi.

Abari kw'isonga kandi bakomeye kurusha abandi ni TONY BLAIR, PEREZIDA CLINTON, n'umuvugabutumwa RICK WARREN. Bagurisha Perezida Kagame nk'umwe mu bayobozi bareba kure b'isi yose.

Icya cyenda. Kubera igenzura rya wenyine ry'amafaranga, Perezida Kagame afite uburyo butatu akoresha ngo akomeze agumane ubwo butegetsi mu Rwanda:

a) Gushyiraho inzego z'iperereza zishobora kubona no gukumira icyatuma ibyo akora bibi bigaragara;

b) Kugumana igisirikare gikomeye gishobora kurinda ubutegetsi buriho no gutanga isura z'imbaraga mu mahanga ;

c) Gushakisha uburyo bwose bwatuma ibikorwa by'inzego za gisirikare n'umutekano bigumishaho ubutegetsi bigerwaho.

Kugirango haboneke ubufasha bw'amafaranga, perezida Kagame akoresha umutungo wa Leta kimwe n'uva mu mirimo y'ubucuruzi bwa FPR. Abantu bashinzwe gushaka, gucunga no gutanga uwo mutungo bafite imbaraga nyinshi cyane.

Cystal Ventures (cyera yitwaga Tri-Star investments) na Groupe Horizon, byitwa ko ari ibya FPR na ministeri y'ingabo ariko mu by'ukuri ni ibigo by'ubucuruzi bya Kagame ubwe. Niwe wenyine ucunga ubwo bucuruzi. Konti z'ubwo bucuruzi ni ibanga rikomeye kandi nizigenzurwa. Abacunga ibyo bigo by'ubucuruzi bagengwa na Kagame wenyine. Kagame nta rwego rwa FPR aha ibisobanuro kuri ubwo bucuruzi n'iyo mari.

Icya cumi. Impamvu nyayo y'ibibibazo u Rwanda rufite ubu ni perezida Pawulo Kagame ubwe. Abantu bakunze kumbaza ngo ese igituma Kagame akora kuriya ni iki? Ngo ateye ate ? Ngo ese imitekerereze ye yaba iva kumateka ye y'ubuhunzi akiri muto? Ngo ese kuba yaragize uruhare mu ntambara mbi cyane za Uganda, u Rwanda na Kongo byaba byaragize ingaruka ku buryo abona ubuzima?

Kuva mu myaka ya 1980 Kagame yabaye rwagati mu ntambara zikaze, zabaye mu Bugande, mu Rwanda no muri Kongo. Muri izo ntambara habaye kwangiza bikomeye ubuzima bwa muntu n'ibindi byaha byibasiye inyoko muntu biteye ubwoba. Kagame afite uruhare ku giti cye, n'uruhare nk'umuntu wayoboye abakoze ibyo byaha, harimo kwica n'ibindi byaha bikomeye byibasiye inyoko muntu.

Nyuma y'ubuzima burimo ubugome bukabije, Kagame yabaye umwicanyi ruharwa kandi umwicanyi wica bose, umuntu utakigira kwisuzuma ku byaha akoze we ubwe cyangwa akoresheje abandi. Ntacyo atinya kuri ibyo ahubwo yirirwa yigamba mu ruhame cyangwa mu biganiro avuga ko abo batavuga rumwe agomba kubica.

Kubyerekeye uwo aherutse kwivugana, ariwe Koloneli Patrick Keregeya wiciwe i Johannesbourg muri Afurika y'epfo, perezida Kagame yaravuze nta soni ngo « U rwanda ntabwo arirwo rwishe uwo muntu.... Nari gushimishwa n'uko arirwo rwaba rwarabikoze....Nari gushimishwa rwose n'uko arirwo rwabikora»

Bamubajije ku ihanurwa ry'indege ya Perizida Habyarimana, yaravuze ngo « Ntacyo bimbwiye na gato »

Ntarambirwa kandi buri gihe afata ibyemezo by'ubwiyahuzi, ubundi bitari bikwiye gufatwa n'umuntu utekereza. Ibyumweru bike nyuma y'inigwa rya Partick Karegeya, abagizi ba nabi batumwe n'u Rwanda bagerageje kwivugana generali Kayumba Nyamwasa ku nshuro ya gatatu bituma umubano wa Afurika y'Epfo n'u Rwanda uhungabana.

Ikigaragarira buri wese ku byerekeye ingaruka zo gukora ibyo byaha, ni uko Perezida Kagame yataye umutwe, akaba ahora yikanga ababa bashaka kumukura ku butegetsi cyangwa guhungabanya umutekano we muri rusange.

Ibikorwa bya Kagame bigendera ahanini ku gushaka kwihimura ku byahise. Perezida Kagame atekereza ko izina ry'umuntu cyangwa kumenyekana kwe aribwo butunzi bukomeye. Akunda kwiyerekana nk'umuntu utunzwe na bike, utarya ruswa, uyobora guverinoma ikora neza, kandi w'intwari yahagaritse jenoside. Kugirango uko kwibonekeza gukomeze, akora uko ashoboye kose ngo agume k'ubutegetsi bw'u Rwanda. Igihangayikisha Kagame kurusha ibindi, ni abantu bafite amakuru yagaragaza isura ye nyakuri itandukanye n'iyo yihaye nk'ayo kurya ruswa; kuba yica abantu, kuba yarakoze ibyaha by'intambara n'ibyaha byibasiye inyoko muntu mu Bugande, mu Rwanda, no muri Kongo.

Ibikorwa by'ubugome bya Kagame no gutinya kuzabibazwa nibyo bituma ashaka kuguma ku butegetsi ku buryo ubwo aribwo bwose, yica abatavuga rumwe nawe cyane cyane abamuzi neza.

Bavandimwe

Reka mbabwire muri make iby'ingenzi byaranze iyi myaka 20 y'ubutegetsi bw'igitugu bwa perezida Pawulo kagame na FPR INkotanyi. Ni ibi bikurikira: Kubeshyera no guhimbira ibyaha abahutu n'abatavuga rumwe nawe muri rusange ; gushyira i mbere ubugizi bwa nabi n'intambara mu gihugu no hanze yacyo ; Kugira igisirikare cy'ubwoko bumwe bw'abatutsi ari nako yirukanamo abashobora kumuhangara; guhindura ishyaka FPR Inkotanyi umuyoboro wo gukora ugushaka kwe no kwikiza abashobora kuba bamusimbura cyangwa abo abikekaho, kwikubira butegetsi bwose ari ubutegetsi nshingamategeko, ubutegetsi nyubahirizategeko n'ubucamanza ; gufunga urubuga rwa politiki ku mashyaka ya politiki, gufunga urubuga rw'itangazamakuru ryigenga kimwe no kwibasira icyerekeye ubwisanzure mu gutanga ibitekerezo cyose ; Kuba yihariye icunga ry'umutungo ndengakamere ukomoka muri Leta no mu bigo by'ubucuruzi byigenga ; kuba ahora atekereza kwica abantu bose kandi akabikora ntawe ubimubaza.

Ibyo nibyo byatumye bamwe muri twe bari abayoboke ba FPR Inkotanyi n'abafasha ba perezida Kagame twitandukanya nawe, tugafatanya n'abandi banyarwanda tutarebye amoko tugashinga Ihuriro Nyarwanda (RNC) rifite imigambi ikurikira :

1. Guhagarika no gukumira imyiryane nka jenoside n'ihonyorwa rikabije ry'uburengazira bwa muntu bwo abaturarwanda bahuye nabwo bukaba bwaranarenze imipaka bugashyikira abaturage b'ibihugu duturanye : abagabo, abagore n'abana ;
2. Gukuraho burundu umuco wo kudahana uhonyora uburenganzira bwa muntu;
3. Gushyiraho uburyo nyabwo kandi butera i mbere kugirango habeho ukuzamuka mu mibereho no mu bukungu bw'abaturarwanda bose ;
4. Gushyiraho, guhozaho no guteganya amategeko agenga imiyoborere igendera kuri demokarasi cyane cyane idahangarwa ry'amategeko mu miterere yayo yose;
5. Gushyiraho inzego z'abakozi ba Leta n'inzego z'umutekano zigenga, zitabogamiye kw'ishyaka runaka kandi zirangwa n'ubushobozi mu mirimo zishinzwe;
6. Kubaka igihugu gitekanye, gishyira i mbere uburinganire, cyemera ko abantu bashobora kubana banyuranye, kikanashyira i mbere ukubumbatirana mu buzima rusange bw'igihugu ;
7. Guteza i mbere ubwiyunge no kubugarura mu gihugu hose, mu miryango no hagati y'abantu;
8. Guteza imbere imibanire izira amakemwa, ubwiyunge no gufashanya gufitiye inyungu abaturage na za Leta z'ibihugu duturanye;
9. Gukemura burundu ikibazo gihoraho cy'impunzi z'abanyarwanda;

10. Kuguyaguya umuco wo koroherana igihe hatari imyumvire imwe, ubwigenge bwo kujya impaka no gucoca ibibazo.

Ibyo progaramu yacu ishingiyeho dusangiye n'abandi banyarwanda benshi muri "Plate forme" ya politiki yo dufatanije na FDU Inkingi na AMAHORO People's Congress ni izi ntego eshatu:

a)Kubaka igisirikare n'inzego z'umutekano z'igihugu koko aho kuba ingwate z'agatsiko gashingiye k'ubwoko;

b)Kubungabunga uburenganzira mvukanwa na demokarasi harimo kwita kuri ba nyamuke;

c) Guharanira ukuri, ubwiyunge n'ubutabera kuri bose nk'inkingi za ngombwa kugirango haboneke amahoro arambye mu Rwanda no mu bihugu byo mu biyaga bigari.

Ayo niyo mahame twakomeje kwigisha, hamwe n'imishyikirano, nk'inzira y'impinduka mu mahoro. Nyamara ariko perezida Kagame ibyo byose yabyanze yivuye inyuma, akora ibishoboka byose kugira ngo ntihazagire impinduka ishingiye ku mahoro iba mu Rwanda.

Nk'uko byagenze muri 1959 na 1994, ubu u Rwanda ruri na none mu mayirabiri, umuntu agasanga rusa n'urugana mu ntambara no mu kumena amaraso.

Perezida Pawulo Kagame na FPR ye bafite intwaro kandi ni n'abagome, bafashe bugwate miliyoni 11 z'abanyarwanda kandi na none barashaka gusubiza akarere k'ibiyaga bigari mu muriro no mu maraso.

Kuba hashobora kuba hakongera hakabaho intambara na jenoside biragaragara, ariko ishobora gukumirwa, usibye ko idirishya ry'uko bitabaho ririmo kwifunga vuba vuba.

Urugaga rw'amahanga rugomba gufasha abanyarwanda bashaka impinduka kudatezuka, gushaka uburyo bwo guhindura icyerekezo kibi perezida Kagame arimo kuganishamo u Rwanda. Imyaka makumyabiri ishize amahanga yicecekeye yatumye ubutegetsi bwe bwuba igitugu gikabije kandi bwibwira ko butahangarwa ngo buhanirwe ibyaha bwakoze.

Igikorwa cya mbere ni uko hakorwa ibishoboka byose ngo hatangazwe ukuri nyako k'u Rwanda. Nshimishijwe n'uko iyi nama aricyo yari igamije.

Igikorwa cya kabiri ni icyo gutsinda ubwoba no kuvuga akaturi ku mutima. Amateka yerekanye ko ubwoba no guceceka ari intwaro zikomeye mu biganza by'ubutegetsi bw'igitugu.

Igikorwa cya gatatu ni icyo kutatugirira nabi. Niba mudashobora gufasha abashaka impinduka mu Rwanda nibura mwifasha ababica. Ku banyanyi be i Londres mu Bwongereza na washington DC, turabasaba ibi: Turababwira ko bikabije, muhagarike gufasha no guhemba ubugome bw'umwicanyi Perezida Kagame.

Hanyuma duhure turebe ko twakorera hamwe. Ubutegetsi bw'igitugu bucakaza abantu bubashyira mu bwigunge bukabatsinda umwe umwe.

Dushoboye gushyira hamwe ubwenge bwacu n'ibikorwa byacu, twahuza n'intego y'abafaransa « Ukwishyira ukizana, uburinganire n'ubusabane ». Ni intumbero ikiremwa muntu cyose muri rusange kandi ni intego ishobora kugenderwaho mu Rwanda nk'uko bimeze mu Bufaransa kuva ibinyejana byinshi.

Ndabashimiye !

2

MUVE IKUZIMU MUZE IBUNTU!

Banyarwanda, nshuti, bavandimwe: nari nabasezeranije ko nzababwira inkuru y'imvaho mu ruzinduko mperutsemo ahitwa Dayton, muli Ohio. Mu cyumweru gishize itariki 28-6-11 nari natumiwe numwe mu milyango y'abanyarwanda ituye aho. Ibyo nahabonye byabaye igitangaza kandi urukozasoni. Nageze ku mulyango wa kiliziya, umuntu aranyongorera ati witonde Ministiri Aloysea Inyumba na Valens Munyabagisha bari mu misa. Kuko twese abanyarwanda tuziranyeho ibigenza ingabo za kagame naguye mu kanu. Nibajije niba uwo mulyango uziranye na Inyumba. Nuko ninjiye nabonye aho bicaye, jye nicara kurundi ruhande aho nteganye nabo, uko bancungisha ijisho nangye biba bityo. Bohereje abana babasore kunyicara iruhande, bagatumanaho bakoresha ibiganza. Misa yararangiye Inyumba nabagenzi be bafata inzira bagana ku kibuga cy'indege i Chicago ntawubavugishije uretse abantu babiri cyangwa batatu bakorera FPR muri uwo mugi wa Dayton, Ohio.

Naje kumenya ko ntawari wabatumiye mu bukwe, ahubwo bitumirije. Mu cyongereza bene abo bantu babita "gatecrashers". Umunsi ukurikira nahuye nabanyarwanda benshi baho, harimo n'abayobozi babo, nabo bibaza uburyo Inyumba yabameneyemo, dore ko Dayton izwiho ubuhangangye n'ubutwari igihe kirekire mu guhangana na Leta ya Kagame. Bambwiye ko muri icyo gitondo Inyumba na Valens bari bakoresheje inama hazamo abantu batanu gusa! Ohio niyo ifite abanyarwanda benshi kurusha izindi states zose hano muri USA. Sinashoboye kuvugana na Inyumba, cyokora turaziranye cyane kuko hari igihe twabaye ku rugamba hamwe.

Nakomeje kwibaza impanvu Kagame yakoresha abanyarwanda mu buryo bugayitse nka buriya. Kuki yatuma umu ministiri ngo agye mu bukwe atatumiwemo? Kuki yamugegeza ngo ajye kwidegembya imbere yabanyarwanda basaziye mu buhunzi nurubyaro rwabo kubera ubwicanyi bwa Kagame n'ingoma ye yigitugu? Ese ko Inyumba azi neza ko yapfuye Imana igakinga ukuboko Kagame yaramujugunye, ubu urwo rukundo yaba amufitiye kugeza ho amushyira kw'isonga yo kumurwanira ku rugamba rw'ubwicanyi, ubusahuzi, no gutegekesha igitugu, azi neza ko azatsindwa, rwaba rushingiye kuki? Ko Inyumba ari umunyabwenge, kandi akaba yararanzwe nubutwari mu rugamba rwashize, ubu ntabwo abona ko ari kuruhande rufite ibitekerezo bishaje nimikorere mibi. Dore amaze ibyumweru agenderera imigi yo muri Amerika, areshya abanyarwanda ngo bazaze Chicago gukomera mu mashyi Kagame 10-11/6, ngo batahe bave mu buhunzi kuko i Rwanda amahoro, ubumwe, namajyambere byaganje, ngo kandi bazafashwa gucuruza bakire bagubwe neza. Ese Inyumba yaba nawe ubu asigaye atekereza nka Kagame ubona ko amaraso y'abanyarwanda agurwa cyangwa yatwikirizwa imbehe (amadolari cyangwa amafaranga)? Uyu munsi 5/6 Inyumba ngo yasubiye i Dayton, yakoranije abandi bafasha (barimo Valens Munyabagisha, Musenyeri Rucyahana ngo n'umucuruzi ukomoka i Ruhengeri). Uko byabagendekeye ubushize ni nako byabaye uyu munsi. Dayton iri maso yabimye amatwi bwa kabiri. Ahubwo abanyarwanda baho biyemeje umugambi wo kuzajya Chicago guha akato Kagame.

Ibi byose twabivanamo irihe somo? Duhora twibukiranya ko Kagame ari umwicanyi, rusahuzi kandi adahwema gutegekesha igitugu. Twababgiye ko ingoma ye iri mu mazi abira, iriho ihirima. Twabereste bimwe mu bimenyetso byerekana iminsi ya nyuma yiingoma imena amaraso (ibitekerezo bishaje, gutukana aho guhangana nibikerezo bitandukanye, kwica, gufunga no gutoteza, kwiba umutungo w'igihugu, kwibasira ibihugu by'ibituranyi, nibindi). Ko Kagame ariho atsindwa ntabwo dushidikanya. Mwabonye uko abanyarwanda bamugenjeje i Buruseli na Londre, kugeza aho Kagame wari warigize igihanganye asigaye anyura muri iyo migi abebera. Nonehe Leta y'Ubwongereza yitaga inshuti yaramwamaganye, iti rekereho imigambi yo kwica abanyarwanda baguhungiye mu Bwongereza. Intumwa ze zirirwa zomongana muri Canada na USA zirerekana ko Kagame ageze ahirindimuka.

Ese niba Kagame ageze ahirindimuka, twebwe abanyarwanda biyemeje guharanira ukuri, uburenganzira busesuye bwa buri munyarwanda, na demokarasi twaba turi mu rugamba tuzatsinda? Tuzatsinda kandi dore bimwe mu bimenyetso byerekana ko turi mu nzira yo gutsinda:

1. Ibetekerezo byacu twe abaharanira inyungu za buri mu nyarwanda nibya kijyambere. Tuvuga ko u Rwanda ari urwacu twese (abahutu, abatutsi, abatwa),. Tuvuga go agatsiko ka batutsi cyangwa abahutu kakwitwaza ubwoko cyangwa akarere kubangamira inyungu zabanyarwanda gakurura intambara no kumena amaraso. Tuvuga ko ibyo tubyanze, ko tubirwanya, ko duciye mu nzira yamahoro tuzabitsinda. Ibyuko turi abahutu, abatutsi, na batwa nta soni bikwiye kudutera. Nta numwirato bikwiriye kudutera kuko ntacyo twabiguze. Tubyishimire, dushime Imana yatugize uko twisanze, ndetse turusheho no kwishimira ko turabanyarwanda bashyingiranye, babana ku misozi, basangiye akabi nakeza.

2. Abahutu, abatutsi tubwizanya ukuri kubijyanye namateka dusangiye, ibibi nibyiza, kandi ko impande zombi zabigizemo uruhare, kandi zombi zigomba gukosora ibibi zikubakira ku byiza. Aho duhurira hose tubazwa ibibazo biremereye, byo Kagame n'intumwa ze badashobora gusubiza. Baratubaza bati ninde wishe President Habyarimana nabandi bapfanye nawe.? Bati abahutu bishwe mu Rwanda no muri Kongo ubutabera bwabo buzaza ryari? Abarundi bati Perezida Ntaryamira yishwe nande? Abanyecongo bati ninde wishe President Kabila nabanyecongo amamiliyoni? Batubaza ba Seth Sendashonga, Lizinde, nabandi benshi bishwe cyangwa babuze, ninde ubibazwa? Bati ba ofisiye nabasirikare mu ngabo za FPR bapfuye mu buryo butunvikana, bishwe na nde? Bati Kayumba Nyamwasa ni nde wari umwivuganye? Bati abanyepolitike bafunze,

abandi baguye mu mahanga, bazira iki? Bati amadege Kagame atwara nku mwicungo yaguzwe nande nayande? Bati mwe mwari kwisonga rya FPR uruhare rwanyu mu bibi byakozwe ni uruhe? Bati mwemera gusaba imbabazi kubibi mwaba mwaragizemo uruhare? Ibyo se mwunva Kagame yabisubiza? Atabishubije se, mwunva Inyumba, Munyabagisha, Musenyeri Rucyahana, cyangwa Rwarakabije nabandi aribo babisubiza? Kubwizanya ukuri ni umuti ukarishye ariko tugomba kunywa ngo dukire. Kwirirwa ukoresha amanama utari buvugishe ukuri nukwangiza umwanya.

3.Inama zacu hirya no hino kw'isi zitangira nkaho turi mu rukiko dushinjwa, zikarangira twese dusa nka batuye uruboho, dusabana. Ntitugabura. Ntidutereka amayoga. Ntidutanga amatike namahoteli ngo abantu baze mu nama zacu. Ahubwo baritanga bakaza mu biganiro bitoroshye, birimo amarira, kwibuka, nagahinda, ariko zirimo umucyo usesuye. Nta mafaranga dufite, ariko icyo dufite Kagame ntagira nabusa: urukundo dufitiye abanyarwanda bose. Ubu hirya no hino abahutu na batutsi tutari tuziranye, twanarwanye ku rugamba baraturaza mu mago yabo, bakadufungurira tutishishanya! Hari urugo nagiye kuraramo, mugenzi wanjye umperekeje ati mbazaniye inyenzi! Abasangwa bati twatiyeteguye twaguze insecticide! Twese turaseka! Ibi bitanga ikizere ko u Rwanda rwejo twifuriza abana bacu twatangiye kurwubaka. Bagenzi bacu muli FPR no mu ngabo z'Igihugu, ndababwiza ukuri ko abanyarwanda bari hanze hano barifuza ko twese tubana mu mahoro, tukazasigira abana bacu nabuzukuru u Rwanda basangiye mu mahoro n'ituze. Nkuko nzi benshi muri mwe, sinshidikanya ko murushye kandi mwifuriza abanyarwanda bose ibyiza. Nimuze rero dufatanye kwubaka urwo Rwanda. Mwe kwizirika kuri Kagame, kuko muramuzi ntabyiza abifuriza. Umunsi azaba adahari kuki twakwirengera ingaruka zibibi yakoze ku giti cye?

3. Imikorere yacu niya kijyambere kuko duha agaciro buri munyarwanda tutavanguye, kandi duharanira guhuza abanyarwanda bi ngeri zose. Amacakubiri aho ava akagera niyo ntwaro ya Kagame ya mbere adukubitisha. Nituyimwambura azagusha amazuru.

4. Amahanga atangiye gusobanukirwa Kagame nyakuri uwo ari we. Buhoro buhoro azabanukira bamuzinukwe nkuko natwe abanyarwanda yatuzinutse.

5. Tukangurira abanyarwanda bose gushirika ubwoba n'ubute, ngo twese hamwe dusunike Kagame uri hafi kurunduka, maze turangize burundu ikibazo cy'impunzi, intambara z'urudaca, twiyunge dushingiye ku kuri na demokarasi nubutabera butabogamye. Ubwoba n'ubute ni inkoni Kagame akubitisha abanyarwanda. Nituzimwambura tuzaba tumutaye iheruheru.

6. Turwanya ubusambo n'inda nini. Ese muzi ibyo Kagame yatubwiraga mwi banga? Ati abo bantu ni abanyanda nini. Ati nitubona ibyo dusuka muri izo nda zabo bazatuyoboka. Mwunva ako gasuzuguro? Banyarwanda, banyarwandakazi: impfubyi zumvira mu rusaku! Nyamuneka mutazagurisha uburenganzira bwanyu ifunguro rimwe gusa nka Esau!

7. Intambara turimo duhagazwe imbere n'Imana y'Urwanda kandi ntisinzira amanywa ni joro. Kumanywa izadutwikiriza ikibunda. N'injoro izatumurikira.

Itahuka ryo kuva mu mahanga, no kuva ku ngoyi ya Kagame ryaratangiye. Nitwisuganye twizirike imikandara, mu mahoro dutsinde umwanzi utwica, udusahura, kandi utubuza ubuhumekero mu rwatubyaye.

Tuzahurire i Chicago 11/6/11 twibgirire Kagame ko tumurambiwe kandi umugambi wo kwibohora watangiye neza kandi uzasozwa!

Theogene Rudasingwa

Bethesda, MD

5th June 2011

19

3

NYAKWIGENDERA INYUMBA AZIZE UBUHEMU BWA KAGAME

Aloysea Inyumba yitabye Imana, asize abana , umugabo, abavandimwe n'incuti. Inyumba apfuye akiri muto, agifitiye akamaro umulyango we n'abanyarwanda muri rusange.

Inyumba yari umuvandimwe wangye. Kandi, nkumuntu wakoranye nawe hari icyo namuvugaho. Inyumba yaranzwe nubwitangye, umurava, ubutwari n'rukundo mu guharanira inyungu za FPR, igihe abenshi muri uwo mulyango babonaga ko ari nazo nyungu zabanyarwanda bose.

Hagati aho, Kagame nagatsiko ke batesheje FPR umulongo, ubu bakaba bakoresha uwo mulyango ku nyungu zabo bwite, binyuranye ni byifuzo ninyungu zabanyamulyango nabanyarwanda. Inyumba yashyize umutsi kuryinyo, arihangana, akomeza gukorera Kagame nubwo yarajijukiwe bihagije azi neza ko FPR yataye umulongo. Nibyo, murukwo gukoreshwa hari abagira bati yari afite iyo nenge. Nta mwiza wabuze inenge. Ukiri kw'isi wese agira inenge.

Kagame yahemukiye Inyumba, nkuko yahemukiye bangenzi be benshi muri FPR, nkuko ahemukira ubutitsa abanyarwanda. 1) Mu myaka yashize Kagame nagatsiko ke badukwijemo ibihuha ngo Inyumba n'umuhutukazi, ngo abantu be kumwizera. Kagame yamutumyeho umwe mu basirikare bamurinda ngo abimubwire, ngo kandi amubwire ko nagira undi abibwira, cyangwa agahunga ko bazamwiyicira. 2) Inyumba arwariye Nairobi Kagame yohereje abakozi ba Nziza na Dan Munyuza kujya kumucuza, kumwambura inyandiko no kumusinyisha bamuvana kuri za accounts mu ma bank hirya no hino kwisi aho Kagame abitsa ibyo yasahuye FPR nabanyarwanda. 3) Inyumba yigeze kwohereza umwana we mukuru kwiga muri Amerika, Kagame ategeka ko umwana agaruka. Abana ba Kagame bo biga hano muri Amerika. 4) Inyumba apfuye ari umukene, kuko yari afite ubupfura nuburere bwo kutiba nka Kagame. Umuntungo kagame yigwijijeho, ntacyo yigeze asagurira Inyumba wabaye umubitsi we igihe kirekire.

Inyumba apfanye agahinda. Inyumba apfanye amabanga menshi kandi akomeye.

Ese intore za Kagame na FPR zivana isomo ki mu rufpu rwa Inyumba?

Icyambere nuko Kagame areba buri munyamulyango wa FPR, buri munyarwanda nki ngwate ye. Iyo Inyumba aza kugira uburenganzira busesuye, aba yarashatse ibindi akora cyangwa akava ku ngoyi ya Kagame akigira mu bindi bihugu.

Icyakabiri nuko Kagame afata buri mu nyamulyango wa FPR nkigikoresho akoresha ubuzima bwagishiramo akakijugunya, akakita ikigarasha cyangwa ibirohwa, agafunga cyangwa akica. Ese abiyita intore ntibasubiza amaso inyuma ngo bibaze? Ubuse Pasteur Bizimungu na Mazimpaka na Bihozagara ntabwo bareba aho baryanitse? Ese da, niba Nyanwasa, Rudasingwa, Karegeya na Gahima bo barabaye ibigoryi, ibisambo nabagambanyi nkuko Kagame avuga, abandi bo bazize iki cyangwa bazira iki: Seth Sendashonga, Biseruka, Wilson Rutayisire (Shaban), Col Ngoga, Alexis Kanyarengwe, nabandi benshi tutarondora? Wowe wiyita intore wunva Inyumba nabo bose waba ubarushije iki? Uyu munsi ni Inyumba, ejo ni wowe.

Icya gatatu nuko ibikorwa bitarimo ubumuntu n'urukundo amaherezo bitabona agaciro kumuntu ku giti cye, bityo umuntu akazarinda ajya ikuzimu yitwa ngo akorera umulyango cyangwa igihugu yariburiye akanya n'umulyango we. Ibi si FPR bireba gusa. Ni abanyarwanda twese, nabari muri opposition. Hakwiriye kuba akanya umuntu yisigira ku giti kye katavogerwa na Leta n'imilyango dukorera.

Inyumba yari intwari wakwifuza kuba hamwe nayo ku rugamba. Reka ndangize mbabwira akantu gato ariko kerekana uko Inyumba yarumurwanashyaka w'imena. Mu gihe cy'urugamba rwa FPR twari mu Bubiligi jye nawe dufata tagisi. Uko iginda ibara amafaranga yiyongera Inyumba abura amohoro tutaragera iyo tujya. Aravuga ati abaye menshi tuvemo. Nuko tuyivamo tugendesha amaguru, kandi ubwo yari yikoreye igipfunyika cyamadollari arenze 100,000 abikiye guhahira abana ku rugamba.

Reka dushimire Imana ko yaduhaye Inyumba, kandi ko mu buzima bwe yakoreye iberenze inyungu ze bwite.

Theogene Rudasingwa

4

ABAHUTU MUHUMUKE!

Hambere hari bagenzi bacu twaganiraga i Kentucky muri America ndababaza nti: ubu uwo abahutu bakwita Kayibanda wabo yaba ari nkande? Nabonye bose baguye mu kantu. Nongeye kubibaza umunyepolitke wumuhutu twahuriye i Buruseli nawe mbona bimuteye kwiyumvira ariko ntiyansubije.

Ubu turi mu bihe bikomeye, dukurikirana intambara yo muri Congo, aho ibitero byo Kagame yagabye byatsinzwe. Nyamara abana bacu, baba abo muri Congo cyangwa abo mu Rwanda, nibo bahagwa. Ubu haravugwa inkuru yamamazwa na Kigali ko FDLR igomba kuraswa igashyira intwaro zayo hasi. Ubwo Kagame yatsindiwe muri Kongo umujinya araza kuwitura abahutu, atibagiwe n'abatutsi.

Dusubize amaso inyuma turebe imibereho yabahutu kuva muri 1990:

- Mbere ya 1994 hari abahutu benshi bishwe na FPR, abandi bavanwa mu byabo. Hari abatutsi benshi baguye Kibilira, Bigogwe, Bugesera nahandi, bishwe nagatsiko kabahutu bashyigikiwe nubutegetsi bwa MRND.

- Muri 1994 ubutegetsi bwa MRND, nabwo bwa gatsiko kabahutu, bwarii bufite imizi muri revolusiyo ya 1959 bwaratsinzwe. MDR PARMEHUTU yari kwisonga rya revolusiyo yo 1959, yo yari yarahirimye muri 1973. Gutsindwa kwa MRND, nyuma yimyaka 30 revolusiyo ibaye, byashobotse kubera amacakubiri mu bahutu kurusha imbaraga za FPR. Iyo agatsiko ka Kagame kari konyine, karigamba ngo nubundi " abatutsi bategetse imyaka amagana, abahutu ibyabo babita mu myaka 30".

- Muri 1994 Kagame yakongeje umuriro, mu gikorwa cyo kurasa indege yaguyemo Perezida Habyarimana, Perezida Ntaryamira nabandi. Ibyo byabaye imbarutso y'itangira rya jenoside yahitanye abatutsi, n'iyicwa ryabahutu batagira ingano, bicwa nabene wabo.

- Kagame nagatsiko batsembye abahutu i Kibeho

-Kagame nagatsiko bishe abapadiri nabasenyeri

-Kagame nagatsiko ke batsembye abahutu muri Congo

-Kuva muri 1994 abahutu bose basizwe icyaha "kinkomoko" , bahindurwa abagenocidaire

-Abahutu nibo babaye impunzi

22

-Abahutu bafashe imbunda kurwanya Kagame nagatsiiko ke ubu bamaze imyaka hafi 20 mu mashyamba ya Kongo.

-Abahutu bemeye gukorana na FPR yarabigaritse, irabafunga, bamwe barahunga, abandi abicira mu buhunzi, abandi bapfana agahinda. Abagerageje kujya muri politike ubu barafunze.

-- Kuva 1996 Kagame yakomeje gukoresha abana babahutu mu ntambara zo muri Congo zahitanye abanyekongo nabanyarwanda batagira umubare. Abahutu bamaze kugwa muri izo ntambara ntibagira umubare.

-Ubu mu Rwanda abahutu babaho bihohora, bahakwa, bigura, bagendera ku magi, bacecetse, bagambanira bene wabo.

-Hari abafunze za Arusha, mu Rwanda cyangwa ahandi hirya no hino kwisi harimo abashinjwa ibyaha batakoze. Ubu hari nabari Arusha barekuwe, babaye nkibicibwa badafite aho gushyira umusaya, biseguye amabuye.

-Abahutu bafite ubwoba n' umujinya. Abenshi niyo baba bari hanze y'U rwanda bari mu rwihisho.

-Abahutu barakennye, amashuli bayabamo batayabamo.

-Kiliziya Gatolika yegereye abaturage yararuciye irarumira kuko FPR yayisize ibara ry'ubwicanyi. Kiliziya za Abapoloso FPR yarazibohoje, y'imika abatutsi kuziyobora. Imilyango ya Sosiyete Sivili itari mukwaha kwa FPR yarafunzwe. Itangazamakuru ryigenga rirafungwa.

Muri make abahutu barakubititse. Kuba rubanda nyamwinshi ntibibabuza kwicwa no gutotezwa.

Ingaruka zibi bivuzwe hejuru ni izihe?

Ubu mu Rwanda, mu karere k'ibiyaga bigari, Afurika, na handi kwisi hose abahutu babaye ruvumwa, bitwa abicanyi. Mu banyafurika na bandi banyamahanga iyo uvuze jenoside abantu bahita bumva umuhutu. FPR nibyo yigishije kugeza kuri aya magingo.

Ibi bizagira ingaruka ku bana nabuzukuru banyu.

Kagame agira ati tuzarasa abahutu.....ba Kabarebe na Nziza bati nibyo afande reka "tubafanyiye".

Nimutisubiraho Kagame azabamara abasigaye bakomeze kuba abagaragu be na madamu.. Ntabwo muzakizwa na Congo, Tanzania, South Africa, SADC, na LONI.. Nimwebwe ubwanyu, mufatanyije n'abatutsi, muzikiza. Mukoresheje imbaraga ziva mu bwinshi, mugakorana ubushishozi muri demokarasi irengera buri munyarwanda, abanyarwanda nabanyamahanga nimwe bazayoboka.

Mumenye ko ibihe birimo guhinduka vuba. Kagame na gatsiko ke abanyarwanda n'amahanga bagahagurukiye.

Dore inama ngira abahutu:

1. Nimwiyangire gusigwa icyaha cy'ubwicanyi. Ubwicanyi ntibugira ubwoko. Abicanyi ni abagizi ba nabi, baba abahutu, abatutsi cyangwa abatwa.

2. Akababaro n'umujinya mufite, mwe kuwugirira abatutsi, cyangwa bamwe muri mwe muti ibibazo twabitewe nabakiga, abandi bati nabanyenduga. Kagame nagatsiko ke nta bwoko cyangwa akarere baticira. Umujinya muwugirire ako gatsiko ke.

3. Nimurusheho kwegerena no kwegera abatutsi nkuko mwashakanye mukabana imyaka amagana, muhane ikizere nyuma y'ibikomere twateranye. Ntibyoroshye ariko birakenewe, kandi birashoboka.

4. Ntabwo urugamba turimo ari urwa politike yamashyaka isanzwe. Turi muri urgence. Icyo duharanira nuko umunsi ubutegetsi bwigitugu twaburanduye, nta bundi bushingiye ku gatsiko kabahutu cyangwa abatutsi buzongera kubaho. Demokarasi izadusaba ko amashyaka akora mu bwisanzure. Tugomba kwiga gukorana no kwihanganirana. Niho imbaraga ziri kandi nibyo Kagame na gatsiko ke bakora ibishoboka byose gusenya.

5 .Mu maguru mashya abavandimwe bacu bo muri Congo (FDLR nabandi bafashe intwaro) bakwiriye kwegera abatutsi na ndi moko yo muri kongo bakareba uko bafatanya bakumva umwanzi wambere wo kurwanywa ari Kagame nagatsiko ke. Bwakwiriye kunvikana no gufatanya uko babana mu mahoro, bishyire hamwe barwanye amacakubiri Kagame na gatsiko ke bakomeje kubiba muri Kivu.

6. FDLR: Nimushyire imbere politike na diplomacy, mufatanye namashyaka ya politike guharanira kurangiza ibibazo by'u Rwanda mucishije mu nzira ya mahoro. Mwirinde gushoza intambara yaba urwitwazo rwa Congo,, MONUSCO, na FIB (SADC) kubarasa kuko nibyo Kagame yifuza. Mwiyangire gushyira intwaro zanyu hasi bidaciye mu nzira y'imishyikirano. Kagame nagatsiko ke bafite izabo, bazakomeza kuzirashisha abanyarwanda. Mutazabona isha itamba ngo mwiyambure urwo mwambaye.

7. Abahutu mu Rwanda, mu buhunzi, muri FPR no mu Ngabo z' Igihugu: mwese murusheho kumva ko u Rwanda mubamo rwo muzasigira abana banyu ari u Rwanda bazabanamo na batutsi nabatwa. Ni rugira amahoro rukarumbuka, abana banyu nabuzukuru banyu nabo bazagira amahoro, kandi barumbuke. Nimutiza umurindi abarutwika namwe muzaruhiramo.

8. Bahutu bo mu Rwanda no muri Kivu: Nimushakishe inzira ihamye kandi irambye izabahesha umutekano, amahoro, n'amajyambere musangiye n'abandi banyarwanda nabanyecongo. Nimushyikirane nabatutsi nabanyekongo mwumvikane uko mwakubaka u Rwanda na Congo, bisabana kandi bikungukira mu mubano. Nibiba ngombwa ko murwana, reka twese abahutu, abatutsi nabatwa tuzarwane kandi dutsinde agatsiko ka Kagame nigakomeza kunangira no kwanga inzira yamahoro.

Bahutu mwese: Kagame na gatsiko ke bazatsindwa. Muzatsindwana nawe? Inyungu zatuma mumupfira ni zihe? Muriteganyiriza iki?

Nkuko bamwe muri mwe mukomeje kudutumaho, nimurusheho kwegera bangenzi banyu, mubabwire barekere aho gukomeza mu nzira iganisha abahutu ikuzimu no kuba abaturage bo mu kiciro cya kabiri.

Abo mu maze gupfusha nti bahagije? Uko mubaho nti mukuzi? Kuki umutungo wanyu muwangiza muwushyira mu mufuko wa Kagame na madamu?

Nimurekeraho kuba ba mpemuke ndamuke, ba "come and see" (NGWINO UREBE) mu byanyu no mu rwababyaye.

Za divayi, amamodoka meza, n'inzu nziza nimube mubyoroheje, igihe kizagera mwishimishe mwavuye mu butayu.

Amafaranga yanyu muyashyire aho muzigama ibya bana nabuzukuru banyu, naho ubundi azaribwa n'ibimonyo!

Nimufashe hasi ubwoba. Aho gupfa muhagaze, mwemere muzagwe ku rugamba rwo guharanira uburenganzira bwanyu.

Ahasigaye reka dufatanye:

- dushakishe inzira yo gushyira abana ba batwa, abahutu, nabatutsi mu mashuri kuko niko twabategura kugira ubuzima bwiza;
- dushakishe inzira izafasha ibimuga, abapfakazi, n'imfubyi intambara nubwicanyi bidusigiye;
- dushakishe inzira yo kuzamura kandi no gusaranganya ubukungu bw u Rwanda;
- dushakishe inzira yo kuzamura imibereho yabari nabategarugori bamaze igihe baririra abana babo na basaza babo bicwa abandi bagapfira mu ntambara z'urudaca;
- dushakishe inzira you kwubaka igihugu kigendera ku mategeko, azarenganura buri munyarwanda wese;
- duharanire ubutabera n'umutekano wa buri wese;
- duharanire kubaka ubutegetsi bugendera kuri demokarasi, iha uburenganzira bwa buri munyarwanda;
- duharanire kubana neza nabaturanyi, duhahirane, tubane mu mahoro. Nibagira amahoro bagatera imbere mu majyambere natwe tuzazamukiramo. Natwe nitugira amahoro iwacu tuzabiba amahoro mu baturanyi.

25

BAHUTU MWIYANGIRE.

MWEGUSHIRIRA KWICUMU MUZIRA GASHOZANTAMBARA KAGAME!

Theogene Rudasingwa

6/11/2013

5

ABATUTSI DUHUMUKE!

Ejo hari uwanyandikiye kuri Facebook ati:

"Curieusement Dr. Theogene Rudasingwa, vous êtes excellent quand vous ne crachez pas votre venin sur le prés. Kagame et que vous ne tenez pas vos discours anti-Tutsi...sans doute la haine de soi...comme ceci s'observe chez de nombreux Juifs..."

Undi ati: "vous etes hutu ou tutsi?"

Mu gifaransa cyangye gike bombi nabashubije ntya: Discours anti-Tutsi? Discours anti-moi? Je suis Rwandais et aussi Tutsi!!!

Kuba umututsi cyangwa umunyarwanda ntacyo nabiguze, n'impano y'Imana. Bintera ubwuzu kandi ndabyishimira. Buri munyarwanda akwiriye kubyumva atyo.

Ubu turi mu bihe bikomeye, dukurikirana intambara yo muri Congo, aho ibitero byo Kagame yagabye byatsinzwe. Nyamara abana bacu, baba abo muri Congo cyangwa abo mu Rwanda, nibo bahagwa. Abenshi muri bo ni abatutsi.

Dusubize amaso inyuma turebe imibereho yabatusti kuva muri 1990:

- FPR yafashe impunzi zabatutsi iti ndabacyuye. Uretse ibihumbi nibihumbi byaguye ku rugamba, hari benshi Kagame yishe, abasigaye (baba muri FPR cyangwa mu ngabo) ubu babaye ingwate ze.

- muri 1994 Kagame yakongeje umuriro, mu gikorwa cyo kurasa indege yaguyemo Perezida Habyarimana, Perezida Ntaryamira nabandi. Ibyo byabaye imbarutso y'itangira rya jenoside yahitanye abatutsi.

- Kagame yakoresheje agatsiko kabatutsi kwica imbaga yabahutu mu Rwanda no muri Congo

- Kuva 1996 Kagame yakomeje gukoresha abatutsi mu ntambara zo muri Congo zahitanye abanyekongo batagira umubare. Uretse abahutu, abatutsi bamaze kugwa muri izo ntambara ntibagira umubare. Yakoresheje abanyamulenge arangije arabata. Yazamuye Nkunda arangije amwigiza iruhande. Y'imitse Ntaganda arangije aramuta, ubu Ntaganda ari La Haye abazwa ibyaha bikwiriye kubazwa Kagame. Ubu Makenga nabagenzi bari mu mazi abira, kuko nabo bazi neza ibyo Kagame abageneye.

-Ubu mu Rwanda Kagame, madamu we, nagatsiko k'abatutsi nibo bica bagakiza, bigwijeho umutungo, naho abatutsi nyamwinshi bo ni indorerezi nka bandi bose nubwo bakwiyitirira ubwo butegetsi.

Ingaruka zibi bivuzwe hejuru ni izihe?

Ubu mu Rwanda, mu karere k'ibiyaga bigari, Afurika, na handi kwisi hose ubu abatutsi twabaye ba ruvumwa, batwita abicanyi. Ubu urwango abantu bafitiye abatutsi mu Rwanda, Congo nahandi twese turuziranyeho. Ibyaha bikomoka kuri Kagame nagatsiko ke ubu babitubaraho twese, bityo bikazagira ingaruka ku bana nabuzukuru bacu.

Kagame agira ati tuzarasa abahutu, abanyekongo, abagande, abatanzania...ba Kabarebe na Nziza bati nibyo afande reka tugende.

Ni tutisubiraho Kagame azatumarisha kuko ntabwo dushobora kubaho turwana gusa. Imibare ntabwo ibitwemerera, kuko abatutsi mu karere babarirwa ku ntoki. Ntabwo tuzarwanya Congo, Tanzania, isi yose, SADC, LONI..

Ibihe byarahindutse, Kagame na gatsiko ke abanyarwanda n'amahanga yagahagurukiye.

Dore inama mbona yahosha umwuka mubi Kagame yateje abatutsi:

1. Mu maguru mashya abavandimwe bacu bo muri Congo bakwiriye kwitandukanya na Kagame mu maguru mashya. Makenga nabagenzi be, nabo bayoboye begutinya nibahite bitandukanya na Kagame. Makenga yegere bagenzi be bahoze bayobowe na Ntaganda na Nkunda, abanyamulenge nabandi batutsi bo muri Congo bakwiriye kureba uko bafatanya bakumva umwanzi wambere wo kurwanywa ni Kagame nagatsiko ke.

2. Abatutsi bo muri Congo bakwiriye kwegera abahutu na ndi moko atuye muri Kivu, bakamenya ko bakeneranye, ko bwakwiriye kunvikana no gufatanya uko babana mu mahoro. Bishyire hamwe barwanye amacakubiri Kagame na gatsiko ke bakomeje kubiba muri Kivu.

3. Abatutsi bo mu Rwanda turusheho kumva ko U Rwanda tubamo rwo tuzasigira abana bacu ari u Rwanda bazabanamo na bahutu nabatwa. Ni rugira amahoro rukarumbuka, abana bacu nabuzukuru bacu nabo bazagira amahoro nabo barumbuke. Ni dutiza umurindi abarutwika natwe tuzaruhiramo.

4. Batutsi bo muri FPR no mu Ngabo z'u Rwanda: Kagame na gatsiko ke bazatsindwa. Muzatsindanwa nawe? Inyungu zatuma mumupfira ni zihe? Muriteganyiriza iki? Nkuko bamwe muri mwe mukomeje kudutumaho, nimurusheho kwegera bangenzi banyu, mubabwire barekere aho gukomeza mu nzira iganisha abatutsi ikuzimu. Abari ikuzimu barahagije.

5. Batutsi bo mu Rwanda no muri Kivu: intambara nitwe tuyihomberamo kurusha abandi bose. Reka dushakishe inzira ihamye kandi irambye izaduhesha umutekano, amahoro, n'amajyambere dusangiye n'abandi b

anyegihugu. Tugifite imbunda zatubereye ibishuko, reka dushyikirane nabahutu nabanyekongo twumvikane uko twakubaka u Rwanda na Congo, bisabana kandi bikungukira mu mubano. Nibiba ngombwa ko turwana, reka izo mbunda zizakoreshwe kurwanya agatsiko ka Kagame nigakomeza kunangira no kwanga inzira yamahoro.

Ahasigaye reka twohereze abana ba batwa, abahutu, nabatutsi mu mashuri kuko niko twabategura kugira ubuzima bwiza.

Reka dufashe ibimuga, abapfakazi, n'imfubyi intambara nubwicanyi bidusigiye.

Reka tuzamure kandi dusaranganye ubukungu bw u Rwanda

Reka tuzamure imibereho yabari nabategarugori bamaze igihe baririra abana babo na basaza babo bapfira mu ntambara z'urudaca.

Reka twubake igihugu kigendera ku mategeko, azarenganura nyamwinshi na nyamuke.

Reka tuharanire ubutabera n'umutekano wa buri wese

Reka twubake ubutegetsi bugendera kuri demokarasi, iha uburenganzira buri wese, yaba nyamwinshi cyangwa nyamuke.

Reka tubane nabaturanyi, duhahirane, tubane mu mahoro. Nibagira amahoro bagatera imbere mu majyambere natwe tuzazamukiramo. Natwe nitugira amahoro iwacu tuzabiba amahoro mu baturanyi.

BATUTSI NIMWIYANGIRE.

MWEGUSHIRIRA KWICUMU MUZIRA GASHOZANTAMBARA KAGAME!

Theogene Rudasingwa

31/10/2013

6

PAUL KAGAME: HITAMO

Bwana Paul Kagame
Village Urugwiro
Kigali
Rwanda

Maze kumva amadisikuru yawe yo muri iyi minsi, niyemeje kukwandikira uru rwandiko no kurushyira ku mugaragaro. Umunyarwanda wese wakurikiranye amagambo yawe, yibajije byinshi, cyane cyane aho u Rwanda rugana.

Muri make, amagambo yawe yari maremare ariko iby'ingenzi washakaga kuvuga n'ibi bikurikira:

1)Abahutu iyo bava bakagera ni abajenosideri
2)Abatutsi batavuga rumwe nawe bakorera abajenosideri (Abahutu)
3) Perezida Kikwete wa Tanzania wakugiriye inama gushyikirana na FDLR uzamukubita kuko nawe akorera abajenosideri (Abahutu)

Igitera abanyarwanda ubwoba n'agahinda nuko amagambo nkayo, aherekeza ibikorwa abanyarwanda bakuzi ho (kwica, gufunga, gutegekesha igitugu, kwigwiza ho umutungo, kwanduranya no guteza intambara mu baturanyi, n'ibindi) wayabwiraga urubyiruko rw'abanyarwanda. Nibo wabwiraga ngo abahutu banduye icyaha kavukire cy'ubwicanyi, kandi ko bagomba gusaba no gusabira imbabazi ababyeyi babo. Abatutsi muri bo ubwo warababwiraga uti mwirinde abahutu nibo bamaze bene wanyu.

Ese, Bwana Kagame, niba ibyo bikekerezo atari ibyumujenosideri, twabyita iki? Niba atari ingengabitekerezo, niki? Niba bitavangura amoko, twavuga ko bigamije iki? Ese haricyo amateka y'u Rwanda yigeze akwigisha? Abami babayeho baragenda bamaze imyaka amagana. Ubukoloni bwaraje buragenda. Repubulika ya Mbere ayaraje iragenda. Repubulika ya Kabiri yaraje iragenda. Ibya FPR na gatsiko kawe biri muu minsi yanyuma. Ko bizagenda ntagushidikanya. Ryari? Bite?

Reka ne kwirirwa nkurondogorera nkubwira iby'inshigano z'umuyobozi abanyarwanda bakwiriye mu bihe nk'ibi kuko byaba ari nk'impitagihe.

U Rwanda rugeze k'umayira abiri, ugomba guhitamo inzira ushaka kunyuramo; bityo kandi ukirengera ingaruka za buri nzira.

INZIRA YA MBERE: UBUZIMA

Iyi nzira iraruhije ariko niho umuti w'ibibazo abanyarwanda bafite waboneka. Harimo gusenya ibibi ubutegetsi bwawe bwongereye ku bindi bibi byavuye mu mateka y'u Rwanda. Tugomba gusenya ubutegetsi bw'udutsiko tw'amoko, uturere, n'ibindi. Tugomba guca umuco wo kudahana. Tugomba kurandura ubuhunzi n'ubwicanyi. Uretse gusenya ibibi, tugomba kwubaka ibyiza dushingiye kubyiza tuvana mu mateka dusangiye. Abanyarwanda tugomba kungana imbere y'amategeko, tukagira ubutabera butabogama. Tugomba kumara abanyarwanda ubwoba, tugasangira ibike n'ibyinshi nk'abavandimwe ntawuhejwe. Tugomba kwita kubacitse kwicumu bose, aba abahutu, abatutsi cyangwa abatwa. Tugomba kwita ku bamugajwe n'intambara. Tugomba gucyura abanyarwanda bagandagaje za Arusha na handi, batagira iyo babarizwa. Tugomba gucyura Umwami Kigeli mu cyubahiro, ndetse tugaha icyubahiro nabandi bayobozi bigeze kuyobobora u Rwanda. Tugomba kwubaka inzego z'umutekano z'abanyarwanda bose bibonamo, zirengera buri munyarwanda zitavanguye, kandi zishyigikira demokarasi n'uburenganzira bwa buri munyarwanda. Tugomba kwunga abanyarwanda kuko twese dufite ibikomere. Tugomba kutanga urugero rwiza ku rubyiruko rw'u Rwanda.

Iyi nzira ya mbere iradusaba twese ko dushyikirana, mu mahoro. Cyane cyane ni wowe Paul Kagame isaba ko ushyikirana na FDLR, namashyaka atavuga rumwe nawe. Nibyo abanyarwanda bamaze imyaka myinshi bagusaba. Nibyo Perezida Kikwete nabangenzi be mu mumulyango wa SADC bagusaba. Abayobozi bakunda u Rwanda, bakunda abanyarwanda bose, nibyo basabwa mu bihe tugezemo.

Iyi nzira uyemeye, niyo makiriro yawe kandi yacu twese. Nitwicara hamwe muri gacaca nyakuri, ivugisha ukuri, igamije kwunga, abanyarwanda tuzavuga ubwicanyi bwose bwakozwe nabahutu, abatutsi, n'abatwa, mu Rwanda hose no hanze yarwo, hanyuma duhitemo. Ntibyoroshye ariko ndahamya ko abanyarwanda muri rusange bazahitamo ko wowe Paul Kagame, hamwe nagatsiko kawe wakoresheje mu bwicanyi, wongereyeho nabandi banyarwanda bose bagize uruhare mu bwicanyi, bababarirwa, ariko ntibabe mu myanya y'ubuyobozi. Ibi birasaba abanyarwanda bose kutibagirwa, ariko no kubabarirana bidasanzwe, niba tugomba gutangira bundi bushya.

None se ko abahutu wabahinduye abajenosideri, abatutsi ukabita ibigarasha, abaturanyi ukabahindura abanzi ugomba kurwanya byashoboka ukabica, witeguye ute iyi nzira y'umusaraba ariko itanga ubuzima?

INZIRA YA KABIRI: URUPFU

Iyi ni nzira y'intambara. Muri disikuru zawe zose ukunze kurata, kwirata, no gukangisha intambara. Usa nkaho utabaye mu ntambara. W'iyibagije ikiguzi ky'intambara wabayemo cyangwa wateje muri Uganda, Rwanda na Congo? Ubu uwakubaza umubare w'abanyarwanda bamaze kugwa mu ntambara kuva muri 1990, wawuvuga (dushobora kuba tumaze gutakaza miliyoni ebyiri nigice kuva 1990-2013)?. None se ko FPR wayishe ukayihindura igikoresho uzarwanisha iki? Ese ko abahoze ari inkotanyi bari ku gatebe, bamwe bakicara mu myanya nk'ibyapa, abandi ukabahindura inkoramaraso, uzarwanisha iki? Ese igisirikare cy'agatsiko kabatutsi bagenzurwa na Jack Nziza nicyo uzatsindisha? Ese ko abanyarwanda ubanga nabo bakwanga, ukaba uhanganye n'abaturanyi, abanyafurika bakaba bakwinuba, abandi banyamahanga bakaba baragufatiye ibyemezo, iyo ntambara ushoza uzayikizwa niki?

Ntabwo ndi umuhanuzi. Ndabizi ko utakigirwa inama. Ntabo mu mulyango wawe bagutinyuka ngo bakubwize ukuri. Umufasha wawe, aho kukugira inama ati nyamuneka sigaho, ubu nawe mufatanyije inzira yo kurimbura no kurimbura. Tito Rutaremara, James Musoni, Manasse Nshuti, Bazivamo, Ngarambe, Mushikiwabo na Jack Nziza nibo bakubeshya ngo komerezaho ni byiza? Nyamara urabizi ibyo wajyaga ubavugaho ndi kumwe nawe twenyine. Uretse abakorera imbehe, abakuvuga nabi iyo biherereye nibo benshi. Bagukomera mu mashyi ku mugaragaro, bataha bakakuvuma.

Ariko nagirango nkubwire ko uramutse uhisemo iyi nzira, amaherezo yawe ni mabi cyane. Uramutse uhisemo gushoza indi intambara uzayitsindwa. Impamvu uzayitsindwa nuko ibitekerezo n'imikorere byawe bishaje kandi aribyumujenosideri. Kandi, uramutse ushoje intambara, abanyarwanda noneho bazayirwana bafatanije (abahutu, abatwa, abatutsi). Izabamo ibitambo byinshi mu banyarwanda ariko izaba intambara yo kurangiza intambara mu Rwanda no mu karere, kuko abanyarwanda bazafatanya nizindi nzirakarengane mu karere kwigobotora inkota, igitugu, n'intambara byawe.

Bwana Paul Kagame, igihe cyo guhitamo kirageze.

Fatanya nabandi banyarwanda uhitemo ubuzima, kuko abanyarwanda barambiwe urupfu. Niba uhisemo inzira y'urupfu, uzirengere ingaruka zayo.

Theogene Rudasingwa
Washington DC
USA

7/7/2013

7

ISOKO Y'UMUJINYA N'AMAGANYA YA PAULO KAGAME

Ababonye kandi bakumva ibyo Paulo Kagame yavugiye i Londre bagomba kuba bibaza ikimutera umujinya ungana kuriya.

Icya mbere: Paulo Kagame ni umugabo ufite amashusho abiri: Ishusho nyakuri amaze imyaka myinshi ahisha (umwicanyi, rusahuzi, gutegekesha igitugu..). Ishusho yindi cyane cyane yereka abanyamahanga batamuzi. Muriwe rero hari intambara y'inkunduro itamuha ubuhumekero, ituma ahora ahekenya amenyo, arakaye.

Icya kabiri: Paulo Kagame yarishe ayogoza u Rwanda n'akarere. Asubiza amaso inyuma akabona imivu y'amaraso n'amarira akibaza ati ibi bintu bizangaruka. Kuko adashobora kubihagarika, arushaho kurakara no kwica ati ninshaka nzabigwemo nubundi nta makiriro.

Icya gatatu: Nkuko yabonye uko byamugendekeye i Londre , i Paris, Chicago, Australia nahandi, abanyarwanda bamaze kumutinyuka, bamubwira icyo bamutekerezaho. Uretse kumutera amajyi n'amase, abanyarwanda baramubwira ngo "hoshi gyenda, uduhe amahoro, twubake u Rwanda rwa twese kandi hamwe". Ibyo rero bimutera umujinya no kuganya.

Icya kane: abaturanyi nabandi banyamahanga, harimo nabahoze ari inshuti ze ubu baramumenye, barushaho kumutunga agatoki bamubwira ngo narekeraho ibikorwa bye bibi. K'umuntu wari waramenyereye gutakwa nabo banyamahanga, ibyo bimutera kwiheba, kuganya no kurakara.

I Londre yihaye kunegura abamuteye amagi, ati bari bakwiriye kurya ayo magi aho kuya ntera kuko nabonye bashonje! Koko? Paulo Kagame ko afite ubukire butigeze bugirwa n'umunyarwanda mu mateka y'u Rwanda, ko atabisa, ahora asa nk'uwaburaye? Ese ko we nabagenzi (nangye mbarimo) twateye u Rwanda muri 1990 nuko twari tubuze ibyo kurya? Erega abamutera amagi ntabwo aruko bayabuze. Kandi abanyarwanda bashonje mu gihugu no hanze yacyo nibo benshi. Kuba atinyuka kubanegura no kubibagayira birerekana ko adakwiriye kuyobora abanyarwanda

8

PAUL KAGAME, INDI MANDA URASHAKA IYI KI?

Niba aru kwica, ibigwi byawe byogeye hose. Mu Rwanda, I Congo, Kenya, Tanzania, Uganda, mu Burayi na America, amarira n'imiborogo biracyari byose. Uracyakeneye kwica abandi banyarwanda?

Ni ba arugufunga warafunze bigera cyera. Ese wunva uzanyurwa buri munyarwanda agiye mu buroko?

Ese abo uhejeje mu buhunzi ntibahagije. Uzanyurwa aruko buri munyarwanda ahunze hanyuma wowe n'umulyango wawe u Rwanda mukaruhindura irimbi ikuzimu, maze imusozi rukaba urwuri rw'inka zanyu?

Ese ko abanyarwanda bagukuyeho amaboko, kuko wabarembeje ubica kandi ubatoteza buri munsi, indi manda uzayiremera abandi banyarwanda bakubera abagaragu?

Ese ko nta ncuti ukigira muri karere, Afurika, no mu mahanga, iyo manda izakuremera izindi ncuti izo warufite zarakuvuyeho kubera imico mibi yawe?

Ese Kagame ko wishimishije bihagije usigaje iki utarabona: Indege? Amago atagira umubare? Amafaranga, amadolari, ama euro? Imodoka zigezweho? Imyambaro? Ubutunzi usahura buri munsi? Ko mbona ugira urubavu ruto nkurwanjye, ese uzahazwa ni bingana iki? Ibyo manda wibye zananiwe, indi cyangwa izindi zizabishobora?

Waravuze, uratukana wifashe ku gahanga nkumutindi, ese amagambo n'ibitutsi ntibyagushizemo cyangwa indi manda izatuma ucura ibishya?

Kagame: ihane ugarukire Imana nikubabalira abanyarwanda bazakubabalira. Reka kugondoza Imana. Yaguhaye byinshi ubipfusha ubusa; ariko na nubu irakurembuza kandi ikubwira ngo reka abana bayo bave mu buretwa.

Bitari ibyo abanyarwanda bazagutesha iyi manda. Nuhanyanyaza ugakomeza kumarira abayanyarwanda kwicumu n'umunigo, ukiha indi manda, niyo maherezo nayo bazayigutesha.

9

AMBASSADE Z'U RWANDA MU BIKORWA BY'UBWICANYI

Ntabwo ari impuha. Ni ukuri abanyarwanda basanzwe bazi. Kubera ubwoba bukabije Kagame n'agatsiko ke bafite, ubu batanze andi mabwiriza ko ambasade zose zarushaho kugirira nabi abanyarwanda batuye hanze y u Rwanda.

Tubibutse ibi bikurikira:

• Ambasade z u Rwanda mu mahanga: Burundi, Ethiopia, Kenya, South Africa, Sudan, Tanzania, Uganda, Senegal, DRC, Nigeria, Belgium, Germany, The Netherlands, United Kingdom, Sweden, Switzerland, France, Canada, China, India, Japan, USA, United Nations, South Korea, Singapore, Russia na Turkey. Hari na za Consulates hirya no hino.

• Nubwo hari Minisitiri Louise Mushikiwabo ushinzwe ububanyi n' amahanga, Kagame niwe wikurikiranira ububanyi n'mahanga kubera inshingano zidasanzwe yahanye izo za ambasade. Ntabwo Kagame yizera Mushikiwabo, nkuko atizeye Murigande, Bumaya, Amri Suede, na Anastaze Gasana bakoze uwo murimo. Mushikiwabo areremba muri FPR, ariyo mpamvu agomba kuvuga nki nkotsa kanwakabi.

• Minisiteri y Ububanyi n'Amahanga yabohojwe n'agatsiko k'abatutsi bo Kagame na madamu we Jeanette bihitiramo. Abatekereza ngo bafite ijwi muri FPR, ntabwo Kagame na Jeanette babizera. Uretse abasirikare nka Charles Kayonga (China) na Caesar Kayizari (Turkey), na Charles Murigande (Japan) bagomba kwigizwayo, abenshi ni abantu bazwiho gukorera no kunekera Kagame na madamu we (Eugene Gasana, United Nations; Eugene Kayihura wari South Korea ubu ba nomye kujya Tanzania), cyangwa batazwi muri FPR.

• Abahutu bagirwa ba ambasaderi ni ndorerezi. Abakozi hasi yabo bafite ijambo kwa Kagame na madamu kurusha ambasaderi. Kagame na madamu bavugana na bene abo bakozi bo hasi, badaciye kuri ambasaderi. Bake mu batutsi bacitse kwicumu Kagame agira ba ambasaderi (Ethiopia, USA, Switzerland) ntabwo nabo abizera, abafite abandi hasi yabo akoresha.

Inshingano Nyamukuru

Hari abakozi bazwi nabatazwi bakorera ambasade mu bikorwa byo kureshya, kugabanya, gutoteza no kwica abanyarwanda, no gusenya opposition. Muri bo hari ba maneko bazwi. Hari ba Attache Militaire. Hari ngo abashinzwe imirimo ya diaspora. Bamwe biyita impunzi, abandi ngo ni abanyeshuri. Muri rusange, mwakurikiranye ibikorwa byubwicanyi, ubugambanyi, gutoteza no gushimuta byayobowe na za ambasade South Africa, Uganda, Kenya, London,

Sweden. Brussels, Canada na USA. Inzego zishinzwe umutekano muri ibyo bihugu byose zikomeje kwemeza ko iyo migambi mibisha ya Kagame na gatsiko ke ibandanya. Uretse kurata Kagame, kubeshya isi ngo u Rwanda rwateye imbere mu majyambere, no guhisha umutungo Kagame n umulyango we bakomeje gusahura, za ambasade ubu ziri kwisonga mu ntambara yo Kagame na agatsiko ke bakoresha gutsemba abanyarwanda batavuga rumwe nabo.

Tubyifatemo Dute?

Icya mbere: twisuganye, turusheho kumenya ibibera ikambere muli communities zacu, no muri opposition, dukomeza gushakisha ingufu hamwe, tuzikoreshe guhashya umwanzi wa twese: Kagame na gastiko ke.

Icya kabiri: duhumuke tumenye neza imigambi icurirwa i Kigali nuko ishyirwa mu bikorwa muri za ambasade. Banyarwanda, Banyarwandakazi, za mbasade muzifate nkindiri zirimo abanzi bashaka kubica no kubagabanya. Murekereho kwitsiritana nabakozi ba ambasade, ejo batazabasiga ibibembe mugahemukira bagenzi banyu, cyangwa bakabahitana. Buri wese abe amatwi, amaso, amaboko, namaguru ya revolusiyo.

Icya gatatu: turusheho kumenya abo bagizi ba nabi bitwikira za ambasade, maze tubashyire ahagaragara, tunamenyeshe inzego z'umutekano zibihugu dutuyemo.

Icya kane: tumenye ko za ambasade zizashobora gukorera inyungu zabanyarwanda bose ari uko agatsiko ka Kagame kavuyeho, kandi nitwe tugomba kugakurako,

Bizashoboka. Twitinya. Tuzatsinda!

Dr. Theogene Rudasingwa
Washington DC, USA
15/5/2014

10

INTABAZA!

TWISHYIRE HAMWE KANDI DUHAMAGARIRE N'ABANDI KUGIRA URUHARE MU MPINDURAMATWARA ISHINGIYE KURI DEMOKARASI

Abanyarwanda hafi ya twese, tuzi neza akababaro turimo muri iki gihe ko guhorana ubwoba. Duhora mu bwoba budashira. Kuri buri musozi, tubaho dufite ubwoba, uburakari, urwikekwe, no kutamenya uko ejo hazaza hameze.turi muri za gereza zo mu Rwanda, turi muri za gereza zo muri Arusha, no mu gihe kandi twitwa ko tubonye agahenge, ntidushobore gusubira mu rwatubyaye ntacyo twikanga. Duhora dusubizwa inyuma nk'impunzi mu bice byose bigize isi. Duhora ducecetse kubera ubwoba bwo kugirirwa nabi mu gihe tugize icyo dutangaje, ubwicanyi buratwibasira mu bice byose by'isi. Twibera mu mashyamba yo muri Congo, turwana intambara zidashira zihora zivutsa abana b'abanyarwanda n'abanyecongo ubuzima bwabo kugira ngo umunyagitugu akomeze ategeke. Tubaho mu bukene, ariko tugahora dutegekwa gutanga amafaranga mu kigega kiswe "Agaciro" n'umunyagitugu uhora yica abanyarwanda. Dukomera umunyagitugu amashyi, ariko yaba ari kure, tugahora twifuza mu mitima yacu ko yapfa akavaho. Duhorana ipfunwe, tubaho nk'aho tutari abanyarwanda kandi ari igihugu cyacu twese.

Igihe cy'ihinduramatwara kirageze kuva hariho akarengane gakabije n'imibabaro mu banyarwanda twese. Umusaruro ni mwinshi ariko abasaruzi ni bakeya. Ushaka inka aryama nkazo. Umubyeyi atwita amezi icyenda yose, akajya ku bise, ariko kugira ngo arere umwana azavemo umugabo, nuguhozaho. Igiciro cy'impinduramatwara kirenze icyo. Icya mbere gisabwa kugira ngo habeho impinduramatwara ni ubwitange. Ubwami bw'u Rwanda kugira ngo bubeho imyaka n'imyaka, byasabye ubwitange. Abakoroni b'ababiligi byabasabye kwitanga kugira ngo bayobore u Rwanda. Impinduramatwara ya MDR yo mu 1959 yabayeho kubera ubwitange, ubutegetsi bwa MRND bwatangiye mu 1973 bwabayeho kubera kwitanga bukaba bwaravuyeho mu 1994. Kugira ngo FPR ibe yaratsinze intambara ya 1994, byayisabye ubwitange.

Ese ukwitanga abanyarwanda bafite kurangana iki kugira ngo bagere kuri iyi mpinduramatwara igamije kubahuza no kubakiza ibikomere bafite? Ubajije Abanyarwanda, bakubwira ko bakeneye impinduka aka kanya. Bakubwira kandi ko bakeneye igisubizo cyihuse kandi kidahenze. Dutakaza umwanya munini kuri internet no ku zindi mbuga mpuzabitekerezo zikorera kuri internet twohererezanya ubutumwa hagati yacu ndetse na leta ngome ya Kigali. Twese tunyanyagiye mu miryango itandukanye hirya no hino idafite imbaraga zihagije zo kubuza umwanzi kutwinjiramo, kudutera ubwoba cyangwa se ngo ubutegetsi bubi bwa Kigali butunyanyagizemo amafaranga maze dute umurongo. Abenshi muri twebwe ntabwo bashyushye cyangwa se ngo bakonje. Bafite ikirenge kimwe mu mpinduramatwara, ikindi kikaba mu butegetsi buhora bubahiga.

Abahutu bashyizwe ku ruhande igihe kirekire, ariko gutekereza ko hari igitangaza kizaza kigahindura ibintu kubera ubwinshi bwabo ni inzozi. Abatutsi bagizwe imbata, bibeshya ko Kagame abahagarariye, kandi batekereza ko kuba bafite igisirikare, inzego z'ubutasi, leta n'amafaranga bizatuma ingoma y'igitugu igumaho igihe cyose.

Kuva mu mwaka w'i 1994, nibwo ingoma ya Kagame yashegeshwa kugeza aha, igenda ita icyizere mu banyarwanda ndetse no mu banyamahanga." Igihe kirageze cyo kwishyira hamwe no gushyira ibintu ku murongo kugira ngo dukureho imibabaro abanyarwanda bafite.

Twese hamwe tugomba kurandura izi nzitizi zirindwi zihagarika ukwitanga kwacu kugira ngo tuvaneho ingoma y'igitugu ya Kagame:

➤ **UBWOBA**: Gutera ubwoba mu bantu ni intwaro ikomeye Kagame n'abambari be bakoresha. Igihe cyose abanyarwanda bazumva ko bashize ubwoba nicyo gihe ubutegetsi bw'igitugu buzavanwaho.

➤ **KUZARIRA**: Abanyarwanda bamaze kumva neza icyo gukora n'uburyo kigomba gukorwa ariko baracyavuga ngo kizakorwa ejo. Kandi uko umuntu atakaje umunsi mu kuzarira, niko amara uwo munsi mu mibabaro. Nta na rimwe ubunebwe bwigeze bugira icyo bugeza ku muntu. Uzasarura ibyo wabibye.

➤ **KUBAHO MU KINYOMA NO KWIBESHYA**: Hari bamwe na bamwe muri twebwe batekereza ko ingoma y'ubwami izagaruka, cyangwa se ingoma zahise za MDR-PARMEHUTU, MRND zizagaruka, cyangwa se ko FPR izabaho igihe cyose. Ibihe byahise byarahise kandi ntabwo bizagaruka. Ibyo twakuramo nuko twakwigira ku mateka mabi yabayeho akadufasha guhindura ibihe turimo no kubaka ejo hazaza heza, ibibi bigasigara inyuma, tugasigarana ibyiza tugomba kubakiraho.

➤ **UKWIKUNDA N'INDA NINI**: Abanyarwanda bafite ukwikunda, dukunda gutekereza ko ari twebwe ndetse n'imiryango yacu isi izengurukaho. Dusigaye twishimira ibyiza by'aka kanya gusa tudatekereje ejo hazaza h'abana bacu n'abuzukuru. Nibyo koko dufite byinshi bidutwara amafaranga nko kwishyura imodoka, inzu, kujya mu biruhuko n'ibindi ariko ntitukibagirwe ko tugomba no guteganyiriza ejo hazaza. Ikindi kibabaje nuko hari abahabwa amafaranga bakibagirwa igihango twagiranye. Bahora baduhamagarira ngo nituze turebe u Rwanda rushya rutemba amata n'ubuki, mu gihugu cyatubyaye bakaduhamagarira kuza kureba nk'aho turi abashyitsi cyangwa se abanyamahanga. Cyane cyane mu bahutu, harimo abo umuntu yakwita ngo "ngwino urebe". Kuza kureba ibiri ibyawe nk'aho nupfukama hasi uzabisubizwa. Ese ibyo nibyo tugomba kwigisha abana bacu? Ko bagomba gupfukama kugira ngo babone umugati cyangwa se icyo kurya? Ese ako niko gaciro kacu?

➤ **GUHORA TWISHYIRAMO NGO "ABANDI BAZABIDUKORERA"**: Hari ikintu duhora twishyiramo kitari cyiza ngo abandi bazadukorera ibyo twagombye kwikorera twebwe ubwacu. Ababiligi n'Abafaransa babikoreye abahutu, abandi bakavuga ngo

Abanyamelika n'Abongereza babikoreye abatutsi. Ukuri nuko ari ababiligi, abafaransa, abanyamerika cyangwa se abongereza babikoreye inyungu zabo. Abanyarwanda bagomba mbere na mbere kurwanira inyungu zabo kubera ko nta wundi uzabibakorera. Amahanga afasha uwifashije, kandi iyo nkunga mugomba kuyikorera kandi mukagaragaza ko muzayikoresha neza. Mugomba gufata iya mbere, kandi iyo nkunga yaboneka cyangwa se ntiboneke, muzatsinda.

➢ **GUHORA TWITANDUKANYA NGO "TWEBWE NA BARIYA"**: U Rwanda ni igihugu gifite agaciro cyane ku buryo duhora twumva twagitegeka twenyine. Tugahora twishyiramo ko undi we ari ikibazo, ko abandi ari inyangarwanda, ko badakunda igihugu cyabo, ko banyiciye abanjye. Ese ninde mutagatifu muri twebwe? Abami se? MDR-PARMEHUTU se? MRND se? Yaba se ari FPR? abahutu cyangwa se abatutsi? Ntabwo twahora tugendera ku mateka y'igihugu cyacu, turayasangiye ameza n'amabi. Icyo twakora kizima ahubwo ni ukwishyira hamwe maze tukubaka ejo hazaza heza. Tugomba kureba ibiduhuza maze tukabyubakiraho gahoro gahoro, umunsi ku wundi. Tugomba gutangirira aho tuba n'aho dukorera. Buri wese agomba kugera ku wundi, akamwibonamo.

➢ **GUHORANA UMUTIMA UKUREGA NO GUHORANA IPFUNWE**: Twese twagiriranye nabi ku buryo guhora twirega, tugahorana ipfunwe byatumye tutishimira abo turi bo. Tuvuga twongorera ngo hatagira utwita aba jenosideri cyangwa se interahamwe, n'ibindi byinshi. Iyo twandikirana kuri internet ntidushaka kugaragaza abo turi bo. Njyewe nzi neza abanyarwanda bize baminuje ariko badashobora kugira icyo batangaza kubera gutinya Kagame. Hari uwigeze kumbwira ko adashobora kuvugira kuri radio Itahuka kubera ko Kagame n'abambari be bashobora kuvuga ko umuryango we ukorana na FDLR. Ibyo ntibyumvikana! Umuntu wize akaminuza !! Tuba ahantu henshi tutagombye kuba turi tukagira indangamuntu zaho, tukemererwa kuhatura. Hari abantu mu Rwanda muri iki gihe biyita ko bafite amaraso y'abatutsi kugira ngo bagabirwe na leta ya Kagame. Nabwiwe kandi ko kera hari abatutsi bihinduraga abahutu ku ngoma zahise. Turi abo turi bo, nta kindi. Twagombye kwishimira icyo turi cyo, nta wigeze asaba Imana kumugira uwo ariwe. Twese turi abana b'Imana imwe. Twese twagize nabi ariko TWANZE guhora tugendera mu mateka mabi yo guhora twirega cyangwa se ngo duhorane ipfunwe.

Mu gihe Kagame yivugiye ko azaturasa kumugaragaro, aduhiga n'abicanyi be, twagombye gushikama tukamuhangara, nk'uko Dawudi yahangaye igihangange Goliyati, avuga ati: "*Uyu mufilistine udasilamuye ni nde uhangara ingabo z'Uwiteka Imana*". Turimo turubaka ingabo zikomeye zigizwe n'abanyarwanda bibohoye, bakoresheje intwaro y'amahoro, ukuri no gushyira hamwe. Igihangange kizatsindwa vuba.

Banyarwanda, Banyarwandakazi, ndabakangurira kwica umudayimoni wo guhora mwirega no guhorana ipfunwe, guhora mwumva ko ari "Twebwe na Bariya", ukwikunda n'inda nini, guhora mwumva ko bazabibakorera, ubwoba no kuzarira, no kubaho mu kinyoma no kwibeshya.

Mwese hamwe mukomeze icyo mwiyemeje. Vuba vuba izo nshingano mutangire muzishyire mu bikorwa. Nibitaba ibyo, muzapfira mu mibabaro mugaraguzwa agati, n'ababakomokaho bose bazahora ari abacakara.

Twese hamwe tuzatsinda!

Made in the USA
Monee, IL
23 August 2025

24039605R00024